விளையாடற்காலம்

ஆத்மார்த்தி

உயிர்மை
பதிப்பகம்

விலை ரூ.80

உயிர்மை பதிப்பக வெளியீடு: 553

விளையாடற்காலம் ∕ கவிதை ∕ ஆசிரியர்: ஆத்மார்த்தி ∕ © ஆத்மார்த்தி ∕ முதல்பதிப்பு: ஏப்ரல் 2016 ∕ வெளியீடு: உயிர்மை பதிப்பகம், 11/29 சுப்பிரமணியம் தெரு, அபிராமபுரம், சென்னை–600 018 தொலைபேசி: 91–44–24993448, மின்னஞ்சல்: uyirmmai@gmail.com, இணையதளம்: www.uyirmmai.com ∕ அச்சாக்கம்: மணி ஆஃப்செட், சென்னை 600 005

Vilayadarkaalam ∕ Poems ∕ Author: Aathmaarthi ∕ © Aathmaarthi ∕ Language: Tamil ∕ First Edition: ∕ Apr.2016 ∕ Demy 1x8 ∕ Paper: 18.6 kg maplitho ∕ Pages: 88 ∕ Published by: Uyirmmai Pathippagam, 11/29 Subramaniam Street, Abiramapuram, Chennai - 600 018, India. Tele/Fax: 91-44-24993448, e-mail: uyirmmai@gmail.com, Website: www.uyirmmai.com ∕ Printed at Mani Offset, Chennai 600 005 ∕ Price: Rs.80

ISBN: 978-93-85104-44-2

ஆத்மார்த்தி

மதுரையில் 1977 ஆம் ஆண்டு பிறந்தார். மனைவி மருத்துவர் வனிதா. குழந்தைகள் ஷ்ரேயா மற்றும் சஞ்சய் நிதின்.

இவரது நூல்கள்

கவிதைகள்
1. தனிமையின் நீட்சியில் ஒரு நகரம்
2. 108 காதல் கவிதைகள்
3. நட்பாட்டம்
4. கனவின் உப நடிகன் (உயிர்மை வெளியீடு)
5. விளையடற்காலம் (உயிர்மை வெளியீடு)

சிறுகதைகள்
1. சேராக் காதலில் சேரவந்தவன்
2. ஆடாத நடனம்
3. அப்பாவின் பாஸ்வேர்ட் (உயிர்மை வெளியீடு)

கட்டுரைகள்
1. மனக்குகைச் சித்திரங்கள்
2. அதனினும் இனிது
3. பூர்வநிலப் பறவை (உயிர்மை வெளியீடு)

முன்னுரை

கவிதைத் தொகுப்பிற்கான முன்னுரை எழுதுவது பிடித்தமான விஷயமாக ஏன் இருக்கிறது என்று தெரியவில்லை. இத்தனை மழைக்காலத்தின் நடுவே ஒரு மாலைப்பொழுதில் இதனை எழுத நேர்கிறது. இது என் ஐந்தாவது கவிதைத் தொகுப்பு. நான் ரசித்த முதல் கவிதை எதுவென்று அட்சரம் பிசகாமல் நினைவில் இருக்கிறது. 'ஏறக்குறைய சொர்க்கம்' என்னும் தனது தொடர்கதையை ஆசான் சுஜாதா, ஆத்மாநாமின் ஒரு கவிதையின் வரிகளோடு தொடங்கி இருந்தார். என் வாழ்வின் முதல் கவிதை அது. ஆத்மாநாம், நகுலன், பிரமிள், கல்யாண்ஜி, சுந்தர ராமசாமி, கலாப்ரியா, மனுஷ்ய புத்திரன் எனப் பெரும் ப்ரியப் பட்டியலாகத் தீராப்பசி கொண்டலைந்தது நிகழ்ந்தது.

கவிதை என்பதற்கான வியாக்கியானங்கள், ப்ரவசனங்கள், இலக்கண நுட்ப சத்திய சாத்தியங்கள் இவற்றை எல்லாம் தாண்டி கவிதை என்பது என்னைப் பொறுத்த வரைக்கும் ஒரு நிம்மதி. அதன் பின்னரும் தொடரும் ஒரு அவஸ்தை. அல்லது இப்படிச் சொல்லலாம். ஒரு அவஸ்தை. அதன் பின்னரும் தொடரும் நிம்மதி. எனக்கு எழுதப் பிடிக்கிறது. என் வாழ்வின் சில துகள்களை என்னவாக வேண்டுமானாலும் மாற்றுவதற்கான முழு உரிமை எனக்கு இருக்கிறது என நான் நம்புகிறேன். அதன் தைர்யத்தில் ரகசியங்களின் உபபாத்திர னாக இருப்பதை விடவும் உரக்கச் சொல்லப்பட்ட ஏதேனும் ஒரு சொல்லாக என்னை நிரந்தரம் செய்துகொள்ள வாய்ப்பிருக்குமா எனப் பார்க்கிறேன். கடைசியாக எந்த ஒரு மனிதனாவது ஒரு சொல்லாக மாறும் வாய்ப்புக் கிடைக்குமா? கிடைத்தால் தேவலாம். இல்லாவிட்டால்?

இல்லாவிட்டால் என்னும் சொல்லை வெறுப்பவர்கள் வாசல் திறப்பிற்காகக் காத்திருப்பதில்லை. அப்படியான ஒரு சுவர் தகர்ப்புத் தான் கவிதை. என் கவிதைகள் என் அந்தரங்கங்களாகவும் இருக்கலாம். என் எனத் தொடங்கும் எந்த வாக்கியத்தையும் நிரப்பிக் கொள்ளும் உரிமையை தேசவுடமை ஆக்குகிறேன். இவை என் கவிதைகள். இவற்றில் அலையும் மனங்களில் மனதில் என்னுடைய ஒன்றை நீங்கள் உணர்ந்தால் அது நான்தான்.

எழுதுபவன் மீது யாவர்க்குமான விரோதமொன்று மெல்லப் படர்வது இயல்பான ஒன்றாகவே தோன்றுகிறது. என்னை வெறுப்பவர்களுக்கு மத்தியில் விரும்புகிறவர்களைப் பற்றிப் பேசலாம். பலருக்கும் பலதடவை சொல்லவேண்டிய சொல்லாகவே நன்றி என்பது தொடர்கிறது. இந்தக் கவிதைகளைப் பிரசுரித்த அத்தனை பத்திரிகைகளுக்கும் ஆசிரியர்களுக்கும் மனதீர நன்றிகள். மனுஷ்ய புத்திரன் எனக்குக் கிடைத்த கொடை. அவருக்குச் சொல்வதற்கு நன்றி மாத்திரம் போதாது.

இயக்குனர்கள் வஸந்த், ராதா மோகன், அகத்தியன், சீனுராமசாமி, ரோகிணி மற்றும் நண்பர்கள் மதுரை அருணாச்சலம், குமரகுருபரன், தென்றல், சிவக்குமார், காயத்ரி, கார்த்திக், சரஸ்வதி, காயத்ரி ஆகியோருக்கு நட்பென்றும் நன்றியென்றும் இரண்டு சொற்கள்.

வாழ்தல் இனிது

ஆத்மார்த்தி

15.11.2015

aathmaarthi@ gmail.com

நடிகர் ரகுவரனுக்கு

பொருளடக்கம்

1. சின்னஞ்சிறு வீடு — 11
2. சரியான நேரத்தில்... — 12
3. குமாரரே — 13
4. மகள் — 14
5. அன்பின் முத்த கணங்கள் — 15
6. வேற்றுமொழிப் பிரயாணி — 16
7. அடுத்த பறவை — 17
8. விளையாடற்காலம் — 18
9. இந்த மழையைப் பற்றி — 19
10. வெயிலென்பது — 20
11. இசை பற்றி ஒரு கவிதை — 21
12. தீக்காய முகம் — 22
13. கிளி என்கிற பறவை — 23
14. யவனராணி — 24
15. நீலம் — 25
16. சிகரட் — 26
17. வாழ்தல் — 27
18. திருட்டு — 28
19. தானப்பர் முதலித் தெரு — 29
20. நான்சென்ஸ் — 30
21. தேடுங்கள் தரப்படும் — 31
22. பாபிலோன் — 32
23. யதார்த்தம் — 33
24. பென்ஸில் சித்திரம் — 34
25. குழந்தைக்குச் சொல்ல ஒரு கதை — 35
26. காளவாசல் சிக்னல் — 37
27. ஆனந்தி இரயிலில் பயணிக்கிறாள் — 38
28. பூனைகளின் போர்முறை — 40
29. பூனை சொன்னது... — 41
30. அலைதல் — 42
31. கண்களனையது... — 43
32. தற்செயல் — 44
33. இரண்டு பிரார்த்தனைகள் — 45
34. கரங்கள் — 46
35. காட்சி — 47
36. ஞாபகம் — 48
37. பல்லிகள் — 49
38. வசனகாலம் — 50
39. குசலம் — 51

40.	கரன்ஸி	52
41.	டாக் ஷோ நடத்தும் தேவதூதர்	54
42.	விடுதிகள் சூழ்ந்த தெரு	56
43.	இரவுக்கு முந்தைய பொழுது	58
44.	ஒரே ஒரு போனஸ்	60
45.	சர்ப்பங்களின் மேன்ஷன்	61
46.	தீற்றல்	62
47.	ரகசியத்தின் சொற்கள்	63
48.	பிகூஆந்தேஹி	64
49.	கவிதைகளைத் திருடுபவன்	65
50.	தீண்டல்	68
51.	நதி	69
52.	அப்பம்	70
53.	ததாஸ்து	71
54.	தடை செய்யப்பட்ட ஒருவன்	73
55.	விடை	75
56.	உங்கள் நண்பருடன் என்னால் கரங்குலுக்க இயலாது	76
57.	நீர்மரம்	78
58.	கொல்லப்பட்டவர்களின் கடவுள்	80
59.	ஞாபகம்	82
60.	ஏதோ ஒரு நகரம்	83
61.	நிறுத்தம்	85
62.	இருத்தல்	86
63.	திற	87

சின்னஞ்சிறு வீடு

வரைந்து கொண்டிருந்த
காகிதத்தை
நெஞ்சோடு பொத்தி
அப்புறம் காட்டுவதாகச் சொல்லி
எனைத் துரத்துகிறாள் மகளரசி.
இருப்பிலிருக்கும்
வண்ணங்களைக் கொண்டு
பூர்த்தி செய்த பிற்பாடு
காணச்செய்வாள்.
எங்கேயுமில்லாத வானத்தை
எப்போதும் பொழியாத மழையை
யாரும் பார்த்திராத பறவையை
கீழே
என் அந்திமத்துக்கான
அவளது
சின்னஞ்சிறு வீட்டை.

சரியான நேரத்தில்...

கணப்பொழுதில்
இரயிலைத் தவறவிட்டவன்
தடுமாறியபடியே நடக்கிறான்.
கொணர்ந்த நீர் மொத்தமும்
குடித்துவிட்டுக்
கல் இருக்கையில் சரிந்து அமர்கிறான்.
அடுத்த இரயிலுக்குக்
காத்திருப்பவர்களிலிருந்து
ஒரேயொரு
பல் முளைக்காத குழந்தை
அவனருகே வந்து
புன்னகைத்தபடியே காற்சட்டையைப்
பற்றியிழுத்துத்
தன் முகத்தாலொரு தரம்
அவன் முழங்காலை உரசிவிட்டுக் கடக்கிறது
எதிர்பாராததெனினும்
போதுமானதாயிருக்கிறது
சரியான நேரத்தில்
நிகழ்ந்துவிடுகிற
ஏதோவொன்று.

குமாரரே

ஆணிகளின் மீது
உங்களுக்கு
வருத்தமேதேனும்
இருந்ததுண்டா
குமாரரே?

மகள்

சாலையோர உணவகத்தில் பின்னிரவில்
உணவருந்திக் கொண்டிருப்பவனுக்கு
ஒரு அழைப்பு வருகிறது.
இன்னமும் தூங்கியிராத
அவன் குழந்தையின் குரல் ஒலிக்கிறது.
எதற்கோ அழத் தொடங்கும் குழந்தையின்
மொழிக்கு அருகாமை சொற்களால்
கொஞ்சிச் சமாதானம் செய்கிறான்.
வாரக் கடைசியில் தான் வந்து
அவளது தேவைகள் அனைத்தையும்
பூர்த்தி செய்துவிடுவதாக ஒரு சத்தியம்.
அவளைக் கடிந்து கொண்டதாகச்
சொன்ன பொய்யினை ஏற்றுத்
தான் வந்து அம்மாவை அடிப்பதாக ஒரு வாக்கு.
அவளால் தூக்க முடியாத
பெரிய டெடிபேர் ஒன்றை
ஏற்கனவே வாங்கி வைத்திருப்பதாக ஒரு தகவல்.
இவற்றுக்கெல்லாம் மாற்றாக
இப்போது சமர்த்தாகத் தூங்கச் சொல்லி
ஒரு கோரிக்கை.
குழந்தையின் அசல் முத்தங்களுக்குப் பதிலாக
வெறும் சப்தங்களைத் தந்து
அழைப்பைத் துண்டிக்கிறான்.
உடனமர்ந்திருக்கிற யார்க்கும் தெரியாமல்
கண் ததும்புகிற நீரை
இடது கையால் சுண்டுகையில்
முடிகிறது டீல்.

அன்பின் முத்த கணங்கள்

இன்னொன்று கடந்து செல்லும் வரை
ஒரு ஓரமாய்க் காத்திருக்கிறது எனது இரயில்.
தூரத்துக் குடிசை முன்
தம்பியை ஏந்தி அணைத்தவாறு
வெளிப்படுகிற அவளுக்கு
அதிகபட்சம் ஆறு வயதிருக்கும்
அத்தனை பத்திரமாய்
ஒரு குழந்தையைத் தூக்க
இன்னொன்றால் தான் முடியும் போலும்
தற்செயலாய்க் காணவாய்க்கிற
நின்றுகொண்டிருக்கும் இரயிலைத்
தம்பியிடம் காண்பித்து
அதுதான் இரயில் என்கிறாள்.
அவனது முதல் தெளிந்த இரயில்
அதுவாக இருக்கக் கூடும்.
"பெரியவனானதும் என்னைக் கூட்டிட்டுப் போறியா..?"
எனக்கேட்கிறாள்
புரிந்ததோ புரியவில்லையோ
ஒருதரம் தலையசைக்கிறது தம்பி
அது போதுமாயிருக்கிறது அவளுக்கு.
தம்பியின் கன்னங்களை ஆனமட்டும் முத்துகிறாள்
அப்போது கிளம்புகிற இரயிலுக்குத்
தான் கையசைத்துத்
தம்பியின் கரங்களையும் அசைக்கிறாள்.
அத்தனை பெரிய இரயிலை எப்படி அதிசயிப்பது
என்றந்தத் தம்பி திகைத்தாற் போலவே
கையசைத்தவண்ணம் விரைகிறேன்.

வேற்றுமொழிப் பிரயாணி

உடமைகளைத் தொலைத்த
வேற்றுமொழிப் பிரயாணி
சொற்களின் இயலாமையுடன்
தன் திடீர்புதிய ஏழ்மையை
எப்படி எதிர்கொள்வதெனத் திகைக்கிறான்
தூரத்தே நிற்கும் புல்லாங்குழல் விற்பவனைத்
தன் கூப்பிய கரங்களால் நிறுத்துபவன்
தன் கைக்குட்டையைத் தரையில் கிடத்தி
ஒரு குழலை எடுத்து
உடமைகள் தொலைந்ததை
செல்லவேண்டிய தூரத்தை
இரையாவல் கிள்ளும் வயிற்றை
வெட்கத்தைக் கண்ணீரை
வாசிக்கிறான்.
தன் இசையின் பூர்த்தியறியாத
அபத்தம்
அந்தச் சாலையெங்கும்
வியாபிப்பதைக் கண்ணுற்றவாறே.

அடுத்த பறவை

வெள்ளரிப்பிஞ்சுகளைத் தட்டிலேந்தியபடி
புறப்பட்டுக் கொண்டிருக்கிற பேருந்தின்
வெளிப்புறத்தில்
ஒவ்வொரு முகமாய்க் கடந்து செல்பவன்
நூறுரூபாய்க்காரனுக்கு
பாக்கிப்பணத்தை
அவசரமாய்த் தந்துகொண்டே
பக்கவாட்டில் தொடர்ந்தோடுகிறான்
மீதம் சரியாய் இருப்பதாய்ச்
சொல்லப்பட்ட புள்ளியில்
சட்டென நிற்கிறான்.
ஒரு கற்சுவரை உதறிப் புறப்படும்
பறவையைப்போல
அந்தப் பேருந்து வேகமெடுக்கிறதை
உற்றுப் பார்த்தபடி
இரைக்கும் மூச்சுடன்
புன்னகைத்தவாறே
தன் வழக்கமான
இடத்திற்கு
வந்து சேர்வது வரைக்கும்
நீள்கிறது அந்த ஷாட்.

விளையாடற்காலம்

தானும்
கோலமிட்டே தீருவேன்
எனப் பிடிவாதம் காட்டித்
தன் பிஞ்சுக் கரத்தால்
வெண்பொடியை
இங்குமங்கும் இழுத்துக்
கோணல் சித்திரங்கண்டு
முகம்வாடிப் "போதும்" என்று
வேறுதிசைக்கு ஓடுகிறாள்.
ஒழுங்கற்றது எனினும்
மிகச்சரியாய்ப்
பூர்த்தியாகியிருந்தது.

இந்த மழையைப் பற்றி

இந்த மழையைப் பற்றி
வெளிச்சொல்வதற்கு ஏதாவது இருக்கிறதா
இதுவொரு சனிக்கிழமை சாயந்திரம் பெய்கிறது
என்பதையும்
நாளைக் காலை மலங்கழித்துவிட்டு
நாற்காலியில் அமர்ந்தவாறு
தேநீர்ச்சூட்டோடு
நாளிதழைப் புரட்டிப் பார்க்கையில்
கண்களில் இடறுகிற அனேகமும்
ஆங்காங்கே
நிகழ்ந்து கொண்டிருக்கக் கூடும்
என்பதையும்
சம்பவ இடங்களுக்கு வரவழைக்கப் படும்
மோப்பநாய் டோனி
சிறிது தூரம் ஓடிவிட்டுப் பின்னர்
ஓரிடத்தில்
நகரமறுத்துப் படுத்துக் கொள்கையில்
உதடுகளைப் பிதுக்கும்
விசாரணை அதிகாரியின் சீருடையை
ஈரமாக்கும் வியர்வை போலப்
பெய்து கொண்டிருக்கிறது
என்பதையும்
சொல்லலாம் தானே

வெயிலென்பது

சிக்னல்
வாகனங்களிடையே
ஊர்ந்து செல்பவனின்
தலைமேலிருக்கும்
சின்ன மரத்தட்டில்
மேலுங்கீழுமாய்
காற்றின் திசைக்கேற்ப
தலையாட்டத் தெரிந்த
ஒரே நிற நாய்கள்.
சிக்னலின் திடீர்ப் பச்சையில்
வேகமெடுக்கும் வாகனங்களைத்
தாண்டுகிற நாய்களின்
வெறித்த கண்களுக்கு
வெயிலென்பது
பாதிப் புணர்ச்சியில்
உயிரையிழந்தவனின்
பிரேதத்தை
எட்டியுதைக்கும்
விருப்பமற்ற ஒருவளின்
ஆங்கார வார்த்தை.

இசை பற்றி ஒரு கவிதை

1

இசை பற்றிய
ஒரு கவிதையைத் தொடங்குவது
கடினப் பிரயாசை.
பூர்த்தி குறித்து மங்கலாய்ச்
சில தீர்மானங்கள் இருப்பினும்
தொடக்கச் சிக்கல் எழுதத் தடை.
எனினும்
இசை பற்றிய கவிதையின்
நடுவே இடம்பெறுகிற
சில சொற்கள் அத்தனை தீர்க்கமாய்
மனசிலாடுவதையும் சொல்ல முடிகிறது.
இசை பற்றிய அந்தக் கவிதையை
வேறாரும் எழுதிவிடவில்லை
என்றறிகையில் தற்பொழுது நிம்மதி.

2

ஆசனவாய்ச் சதை வீங்கிய
ஒருவனின் பெரும்பயண காலத்து
மலவாதை பற்றிய இன்னொரு கவிதை
எந்தத் தடங்கலுமின்றித்
தன்னைத் தானே எழுதிக் கொண்டதை
இந்த இடத்தில்
சொல்வது பொருந்துமா
எனத் தெரியவில்லை.

தீக்காய முகம்

பேருந்தின் நெரிசலில்
சற்றுத் தள்ளி நின்று கொண்டிருக்கும்
அந்த பிரவுன் சட்டைக்காரரின்
முகத்தில் பாதி
எரிந்த மிச்சமாய்த் தெரிகிறது.
ஏதோவொரு நிறுத்தத்தில்
இறங்கிச் செல்கிறார்.
அவரது தீக்காய முகத்தின்
பின் கதையை யோசித்தவாறே
நானும் நீங்களும்
பயணித்துக் கொண்டிருக்கிறோம்.
நம் கதைகளுக்கு
நல்லவேளை
வெளியே தெரிகிறாற் போல
அடையாளங்கள் இல்லை

கிளி என்கிற பறவை

மலையாளச் சொற்களுக்குப்
பழக்கப் படுத்தப்பட்ட
கிளி ஒன்று கிடைத்தது.
என்ன என்றால் எந்தா என்றது.
நான் என்கையில் ஞான் எனத் திருப்பியது.
மெல்ல மெல்ல
அதற்குத் தெரிந்தவரைக்கும்
எனக்கு மலையாளம் கற்பித்தது.
ஒருநாள் அந்தக்கிளி காணாமற் போனது.
அதன் பிற்பாடு
அதுபோல இன்னொரு கிளியைக்
காணும் வாய்ப்பு கிடைக்கவில்லை.
அந்த மலையாளக் கிளி பற்றிச்
சொல்ல நேர்கையிலெல்லாம்
அதன் பெயர் என்ன என்பது போலக்
கேள்விகள் சிலதைக் கேட்கப்படுகிறேன்.
வருத்தமாயிருக்கிறது.
கிளி என்கிற பறவை குறித்த
உங்கள் புரிதல்
என்னவாயிருக்குமென்று

யவனராணி

ஒரு கையில் கம்புடனும்
முதுகில் மூட்டையுடனும்
முதிய பாதங்களால் நடக்கிற
குப்பை சேகரிக்கும் யவனராணி
தன்னைப் பின்தொடரும்
மெலிந்த நாயை
இன்னுமொரு முறை
உற்றுப் பார்த்தபடி
மேலும் வீதிகளுக்குள்
புகுந்து போகிறாள்.
மூட்டையிலிருக்கும்
பெருஞ் சேகரத்தில்
தனக்கும் ஏதாவது
கிடைக்குமாவென்று
விடாமல் தொடர்கிறது
மேனியெங்கும் நிறங்கெட்ட நாய்.

நீலம்

மின்சார இரயிலில்
சர்க்கரை நோயாளிகளுக்கான
சிறப்புக் காலணிகளை
விற்றபடி வருபவனது
வெண்சட்டையில் பேனாமை
கசிவதைச் சுட்டுவதற்குள்
ஸ்டேஷனில் இறங்கி
இன்னொரு பெட்டியில்
ஏறிக்கொள்கிறான்
சன்னலுக்கு அப்பால்
தூரத்தே தெரியும்
ஆளற்ற அடிகுழாயில்
பெருகிவழிகிறது
நீலம்

சிகரட்

சோதனைக்குப் பின்
அனுமதிக்கப்பட்ட
மல்டிப்ளக்ஸ் கழிவறை வாசலில்
எடுத்துப் புகைக்கத் தொடங்குகையில்
எக்ஸ்க்யூஸ் மீ
ஒரு சிகரட் கிடைக்குமா
"இஃப் யூ டோண்ட் மைண்ட்"
எனக் கேட்டு வாங்கி
பில்டர்வரைக்கும்
இழுத்துமுடித்தவன்
தேங்க்ஸ் பிரதர் என்று
சிரித்து நகர்கிறான்
நாதியற்ற பெருநாட்டில்
அவனொடு யாம் இருவரானோம்

வாழ்தல்

தேங்கியநீரில்
பெட்ரோல் சித்திரமாய்
நினைவிலாடும் உடைந்தகனா
கொஞ்சம் வன்மம்
கொஞ்சம் பசி
கொஞ்சம் சமாதானம்
மேலதிகம்
சாலச்சுகம்.

திருட்டு

எல்லோரும்
திருடும் போது
எதுவுமே
திருட்டில்லை

தானப்பர் முதலித் தெரு

உடைந்த குரலில்
ஒரு பழைய பாடலை
முழுவதுமாக முடிக்கையில்
'தானப்பர் முதலித் தெருவுக்கு எப்படிப் போவது?'
கார்க் கண்ணாடியைத் திறந்து
வழி பெற்றுச் செல்கிற வேற்று நிலத்தானை
உற்றுப் பார்ப்பவரிடம்
'டீ வாங்கிவரட்டுமா?' எனக் கேட்கிற
குரலிலும் இணைந்தாளிடம்
'இன்னும் ரெண்டு பாட்டு முடியட்டும்'
என்றவாறே
அடுத்த பாடலின்
வாசலில் புகுகிறார்
சற்றுமுன்
ஏ.எம்.ராஜாவாக இருந்த
டீ.எம்.சவுந்தரராஜன்.

நான்சென்ஸ்

காது கேளாத
குறிசொல்லியின்
பெயர் குறிப்பிடாத
வாக்குச்சொற்கள்
காற்றில் அலையும்.

உத்தமோத்தமன் போலப்
பொய்முகம் காட்டும்
அன்பெனப்படுவது
மாபெரும் நான்சென்ஸ்.

தேடுங்கள் தரப்படும்

தேடப்படுபவன்
கொல்லப்பட்ட பின்
சடலம் உரியவரிடம்
வழங்கப்படும்.
ஆல் இஸ் வெல்
சாலச்சுகம்

பாபிலோன்

டுவீலரின் கைப்பிடியில்
தொங்கினபடி
போய்க்கொண்டிருக்கிற
கோழியின்
தலைகீழ்க்கண்களில்
நீள்கிற யாத்திரை
கத்தியின் கூர்வரை

யதார்த்தம்

எப்போதோ
முத்தமிட்டவளை
மாற்றானுக்கு
மனையாளாக்கி
யதேச்சையாக
எதிரில் தோன்றச்
செய்யாதிருப்பாயாக
என் வஞ்சக வாழ்வே

பென்ஸில் சித்திரம்

டோல்கேட்டில் பென்சில் விற்கும்
2ஆவது 3ஆவது பட்டன்களுக்குப் பதில்
ஊக்குகள் அணிந்திருக்கும்
வண்டார்குழலியின்
மேற்சட்டை வலதோரத்து
எம்ப்ராய்டரி மலரின்
பிரிந்த நூலென விரிகிறது
அவளுக்குப் பின்னான சாலை.

குழந்தைக்குச் சொல்ல ஒரு கதை

தலையணைகளுக்கு நடுவே கிடத்தப்பட்டிருக்கிற குழந்தை
யாருமற்ற விட்டத்தைப் பார்த்துப் புன்சிரித்தவாறே
கை கால்களை உதைக்கிறது.
அதை அணைததவாறே
"அம்மா உனக்கொரு கதை சொல்லட்டுமா?" என்கிறாள்.
"ங்கே" என்கிறது "ங்கே" என்பதைத் தவிர
வேறெந்தச் சொல்லையும் பழகியிராத குழந்தை.

நிறைவேறாத காதலின்
பழைய கதையினைச் சொல்லத் தன்
குழந்தையின் சிசுகாலத்தை
முன்பே அவள் தெரிவு செய்திருந்தாள்.
வளர்ந்த பிற்பாடு அதே குழந்தையிடம் கூட
அந்தக் கதையைச் சொல்ல முடியாது
என்பதை அவளறிவாள்.

ஒரு சிசுவின் காதுகளில் தன் ரகசியத்தைச் சொல்வதென்பது
ஒரு கடவுளின் காதுகளில்
அதனைச் சொல்வதற்கு ஒப்பானதெனக் கருதுகிறாள்.
அந்தக் கதையைத் தன்னிலிருந்து அகழ்ந்து
மறுபடி தனக்குள் புதைக்க விரும்புகிறாள்.
ஒரு சிசுவின் காதுகளில் அக்கதை

என்னவாய் ஒலிக்கும் என்பதெல்லாம் அவளறியாள்
என்றபோதும் வெளிச்சொல்வதற்குரிய ஒரே நபராய்
தன் சிசுவைத் தானே தயாரித்துக் கொண்டாள்.

கதையைக் கொண்டுசெல்கையில்
ஆங்காங்கே அவள் தடுமாறுகிறாள்.
தன் நனவிலியிலும் வெளிச்சொல்லவியலாத
ஒரு நாயகனின் பெயரை
முதல்தடவை சன்னமாய் ஒலிக்கையில் அவள்
வெடித்தழுகிறாள்.
தன்னைத் தானே தேற்றிக்கொண்டு
கதையின் அடுத்தடுத்த நகர்வுகளுக்குள் செல்லுகையில்.
மனசு லேசாகி ஓரிரு இடங்களில் புன்னகைக்கிறாள்.
"சில திருப்பங்கள் நிகழ்ந்திருக்கக் கூடாதல்லவா?" என்று
தன் குழந்தையிடம் கேட்கிறாள்.
அது இப்போதும் "ங்கே" என்கிறது.
பெருமூச்சை உதிர்த்தவாறே
தொடரமுடியாத ஓரிடத்தில் அக்கதையை நிறுத்துகிறாள்.
தன் கதைக்குத் தரவியலாத முத்தங்களை
உறங்கத் தொடங்கும்
குழந்தையின் கன்னங்களில் தந்து விலகுகிறாள்.

காளவாசல் சிக்னல்

சிக்னலில் வாகனங்கள் சிவப்பால்
நிறுத்தப்பட்டுத் தலைகீழாய்
எண்கள் குறைந்துகொண்டே வருகின்றன
நவீன கார்களினுள் ஏசி நடுக்கம்.
இருசக்கரவாகனங்களில் வியர்வைப் பெருக்கம்
சொடக்கிட்டாற் போல் வெயில் குறைவதை
ஒரு ஜாதிக் கடவுளின் சிபாரிசைப் போல
எச்சில் விழுங்குகிற பாதசாரிகள்
பயத்தோடு பேருந்தின் ராட்சஸ டயரை
ஒரு நொடி உற்றுக்கவனிக்கின்றர்
பல்ஸரின் பின் சீட்டுக்காரி
36ஆம் முறையாகத் தன் சேலையைச்
சரிபார்த்துச் செருகிக்கொள்கிறாள்.
ஒரு முதியவர் ஹெல்மெட்டைக் கழற்றி
ஆசுவாசம் அடைகிறார்
இன்னும்
பத்துக்கு மேல் நொடியெண்கள் இருக்க
காத்திருந்த லாரியில் ஹாரன் அலறுகிறது
ஒரு வாளை ஏந்திக் கேட்கவேண்டியதை
செருகிய கண்களில் தேங்கும் உயிருடன்
வான் பார்த்தபடி
சேலைத்தூளியில் தோன்றுகிற
சிசு முகத்தைக் காட்டி வேண்டி நகர்கிறாள்
ஒரு யாசகி
பச்சை கண்டு விரைகின்றன சக்கரங்கள்.

ஆனந்தி இரயிலில் பயணிக்கிறாள்

இசையின்றி
நிகழ்சப்தத்துடன் படமாக்கப்படும்
காணொளி போலத் துவங்குகிறது
அந்தக் காட்சி.
வரிசைகட்டி நிற்கும்
யானைகளின் கூட்டம் போல்
பயணியர் பட்டியல் ஒட்டாத இரயில்
இருளில் நிற்கிறது.

அருகாமைக் கல்பெஞ்சியில் அமர்ந்து
கடக்கிற முகங்களை வாசிக்கிறேன்.
அடுத்த இருக்கைகளில் வந்தமரும் குடும்பத்தில்
அந்த அவளை எங்கே பார்த்திருக்கிறேன்
ஞாபகக் காட்டில் பின்னோக்கிச் செல்கிற குதிரை
எனது பதின் பருவத்தின் ஒரு தகவலில் மூச்சு வாங்குகிறது.

'அவள் பெயர் ஆனந்தி'
ஒரே தெருவில் எங்கள் பால்யம் வாய்த்தது.
என்னை விட அவளுக்கு
ஒரு வயதாவது/சில மாதங்களாவது
அதிகம் என்பது நம்பகம்.

அவள் தாவணி நுனியை ஏங்கிக்கொண்டே
பல மாலைப்போதுகளில் பின் தொடர்ந்திருக்கிறேன்.
செம்பழுப்பு நிறத்தினாலான அந்த தினங்களில்
அவள் பேரழகியாய்த் தோன்றுவாள்.

எக்கச்சக்கமாய்ப் பேசத் துடித்தபோதும்
சந்தர்ப்ப தெய்வம் ஆசிர்வதிக்கவில்லை.

எங்கள் தெருவில் வேறொரு சோடி
அதே காலத்தில் ஊர்தாண்டிற்று.
சிறிய காலம் கழித்து
அந்த நாயகன் மாத்திரம் கொல்லப்பட்டான்.
நாயகி சில வருடகாலம்
அழுத முகத்தோடு வீங்கிமுடங்கினாள்
அதன் பிற்பாடு
வேறோருவருடன் செலுத்தப்பட்டு
வெகுதொலைவில் வாழ நேர்ந்தாள்.

அந்த ஆனந்திக்கும் எனக்குமான
கதையாரம்பங்கள்
அந்தச் சம்பவத்தோடு எரிக்கப்பட்டிருக்கக் கூடும்.

இரயில் கிளம்புகிறது.
இந்த ஆனந்தி எனக்கெதிர்த்த இருக்கையில்
தன் குடும்பத்துடன் பயணித்துக் கொண்டிருக்கிறாள்.

எங்கள் பார்வைகள் யதேச்சையாக முட்டிப்பிரிகின்றன.
இருக்கைகளுக்கு இடையில் சிரித்தபடி அலைகிற
தன் குழந்தையை வாரியெடுக்கிறாள்.
அது ஆனந்தியின் கழுத்தைக் கட்டுகிறது.
அதன் கன்னங்களில் மாறி மாறி முத்துகிறாள்.
இரயில் ஞாபக இருளைக் கிழித்தபடி
விரைகிறது.

பூனைகளின் போர்முறை

பூனைகளின் போர்முறை
எளிதானது.
ஒரு போரின் முடிவை
பிரார்த்தித்துக் கொண்டே
காலத்தின் மீது
அவ்வப்போது
ம்யாவ் என்று
சப்திப்பது.

பூனை சொன்னது...

தெரிந்தவர் ஒருவரின் பூனை
என்னைப் பார்த்ததும்
ஆங்கிலத்தில் வணக்கம் சொல்லிற்று.
பூனைகள் பேசாதே என்று
பெரியதாய் வியந்தேன்.
இன்னொரு தரம் பேசச்சொல்லி
வீடியோ எடுத்தேன்.
முகத்தோடு முகமொட்டி
செல்ஃபியும் பதிந்தேன்.
விடைபெறுகையில்
பரிகசித்த பூனை "எல்லாம் வீண்" என்றது.
ஏனெனக் கேட்டேன்.
மனிதன் பூனைகளை
நம்பத் தொடங்கும்வரை
"ஒரு பூனை எத்தனை பேசி என்ன பயன்?"
எனப் பெருமூச்சு விட்டது.

அலைதல்

அலைய ஒரு காடு
தொலைய ஒரு தூரம்
புதையச் சிறு குழி
உறங்க ஒரு மேடு
கலையச் சில கனா
புணர ஒரு மேனி
போக்கச் சில பொழுது
போற்ற ஒரு தெய்வம்
போக ஒரு நாள்
கரைய ஒரு நதி
சாலச்சுகம்

கண்களனையது

கையிலகப்பட்ட
ப்ளாஸ்டிக் டப்பாவைச்
சட்டென்று
ஒரு விலையுயர்ந்த
செல்பேசியாக மாற்றி
யாரிடமோ
பேசத் தொடங்குகிறாள்
பைத்தியக்காரி.
ஒருதடவை பேசி முடித்ததும்
தெருவோரத்தில் வீசியும் போகிறாள்.
சற்றுநேரம் அதை முகர்ந்து
தனக்குத் தேவையான
சொற்களை கவர்ந்து கொண்டு
வேறுதிசையில் விரைகிறது
ரோஜாவண்ணத் தோல்தெரியும் நாய்.

தற்செயல்

எதற்காகப் புறப்பட்டதோ
எத்தனை தூரம் பிரயாணித்ததோ
என்னைப் பார்த்த மாத்திரத்தில்
வந்தவழியிலேயே
திரும்பிச்சென்றுவிட்டது.
அந்த அணிலிடம்
யார் சொல்வது
என் எதிர்ப்படல்
அச்சமுறத் தேவையற்ற
தற்செயல் மாத்திரமே
என.

இரண்டு பிரார்த்தனைகள்

யாரோ
யாரையோ
அந்தப்பெயர் சொல்லி
அழைக்கிறார்கள்.
நடுங்குகிற மனதில்
இரண்டு பிரார்த்தனைகள்.

ஒன்று
அது நீயாய்
இருந்துவிடக் கூடாது.

கரங்கள்

நடைபாதை யாசகனின்
வெறித்த விழிகளில்
ததும்புவதெல்லாம்
கரங்களின் முகங்கள்

காட்சி

அற்பமாவது
அற்புதமாவது
கண்களனையது காட்சி

ஞாபகம்

என் ஞாபகம் வந்ததா
எனக் கேட்கிறாய்.
ஞாபகமென்பது
உணவுவிடுதியின்
வாசலில்
சிறுசிறு
மாற்றங்களோடு
தினமும்
அழித்தெழுதப்படும்
சங்கப்பலகையின்
உள்ளடக்கம் தானெனினும்
எப்போதாவது
எழுதுகிற கரம்
மாறலாம் தானே

பல்லிகள்

குழல்விளக்கை
எரியவிட்ட போது
எதிர்ச்சுவற்றில்
பல்லிகளின் பின்னல்.
சற்றைக்கெல்லாம்
ஒன்று மாத்திரம்
நீங்கிப் போனது.
மற்றொன்று வாலடித்தபடி
அங்கேயே இருந்தது.
நான் விளக்கை
ஒளிரச்செய்ததினாலா
அல்லது
இருளாயிருந்தாலும்
இதேபோல்
இவையே நிகழ்ந்திருக்குமா

வசனகாலம்

காதலியாய் உடனுருகியவள்
ஸ்கூட்டியில்
திரும்பிப் பாராமல் கடக்கிறாள்
நாளைய ஒத்திகையில்
அதே இடையை
அதே அணைப்பிற்காக
வளைக்கையில்
நாசி புணரும்
வியர்வை திரவியம்
பேதலித்த நாகம்.
கோமாளியின்
கையில்
தெர்மகோல் கதாயுதம்
பேப்பர்மோல்ட் கிரீடம்.
வசனகாலம்
மிடறு விஷம்.

குசலம்

எப்படி இருக்கிறீர்கள்
எனக் கேட்டேன்
எதுவுஞ் சொல்லாமல்
குலுங்கிக் குலுங்கி
அழத் துவங்கினார்.
முடிக்கட்டுமெனக்
காத்திருந்தேன்.
என்னிரு கைகளைப் பற்றித்
தன் கண்களில் ஒற்றினவர்
கூப்பிய கரங்களொடு
காணாமற் போனார்.
பதிலென்பதேதுமில்லை.
கேள்வியொரு நாதி.

கரன்ஸி

அபார்ட்மெண்டில் நாய் வளர்க்கக் கூடாது.
அசோசியேஷன் குரைக்கும்.
மீறி வளர்த்தால் கடிக்கும்
மூன்று வருடமாய்
நாலரை அடி நீள சர்ப்பத்தை
யாருக்கும் தெரியாமல்
என் புஸ்தக அறைக்குள்
வைத்து வளர்த்து வருகிறேன்.
அதன் பேர் 'நோந்நோ.'
இரவுகளில்
நானும் 'நோந்நோ'வும் நகரவீதிகளில்
நடைபோட்டு வருவதுமுண்டு.
நேற்றை முன் தினம்
திரும்புகையில்
ஒரு ரோந்துக் காவலர்
என்னை தடுத்தாட்கொண்டார்
வாகனத்தில் வரவில்லை என்பதால்
என்னிடம் லைசன்சு கேட்கவில்லை.
குடித்திருக்கிறேனா என்று
ஊதிக்காட்டச் சொன்னார்
நான் குடித்திருக்கவில்லை
என்றபோதும்
ஊதிக் காட்டியதில் அவர்
திருப்தியுறவில்லை

'நோந்நோ' தன் சட்டைப்பையிலிருந்து
சில காகிதங்களை எடுத்து
அவர்வசம் தந்தது.
முகமெலாம் புன்னகையுடன்
செல்லமாய் ஒரு சல்யூட் செய்தவர்
நோந்நோவின் முகத்திற்காக
என்னை விடுவிப்பதாகச்
சொல்லி அனுப்பினார்.

டாக் ஷோ நடத்தும் தேவதூதர்

உட்புறமாய்த் தாழிடப்பட்டிருக்கிற வீட்டின்
வரவேற்பறை டிவியில்
சப்தமாக ஓடிக்கொண்டிருக்கிறது
டாக் ஷோவின் மறு ஒளிபரப்பு
அரங்க நடுவே கோட் அணிந்தவர்
இரண்டு புறங்களிலும் வீற்றிருப்பவர்களிடம்
போய்வந்து போய்வந்து பேசிக்கொண்டிருக்கிறார்

ஒரு பார்வையாளர் மனமுருகப் பேசிமுடிக்கையில்
மைக்கைத் தன் மோவாய்க்கட்டையில்
இடித்துக் கண்கலங்குகிறார்
ஒரு பங்கேற்பாளினியின் தெற்கத்தி மொழிதலைக் கேட்டு
இதழ்விரியப் புன்னகை புரிகிறார்
நறுக்குத் தெறித்தாற்போல்
சொல்லவந்ததைச் சொன்ன ஒரு நேயரை
மனதாரப் பாராட்டுகிறார்
வார்த்தைகள் சிக்கிக்கொண்டு குழறுகிற வயோதிகரை
கருணையோடு அணுகி
அந்த வார்த்தையை எடுத்துக் கொடுக்கிறார்

இறுதி நாளுக்கு முன்னமே வந்து சேர்ந்த
ஒரு தேவதூதனைப் போல
அத்தனை அன்பானவராய்த் தெரிகிறார்.
எதையோ கேட்டழுத குழந்தையின் கவனத்தை

எதையோ காட்டிச் சமாதானம் செய்கிற அன்னையைப் போல்
எல்லோரும் பேசிமுடித்த பின்
தன்னுடைய சொற்களைக்கொண்டு
விவாதத்தை அழகான ஓரிடத்தில் இருத்திவைக்கிறார்
தூக்க முடியாத கிஃப்ட் ஹாம்பர்களை
பெற்றுக்கொண்டவர்கள்
புன்னகையோடு இருக்கைக்குத் திரும்புகின்றனர்.
மீண்டும் அடுத்த வாரம் சந்திப்போமென
சொல்லிக்கொண்டிருககையில்
வரவேற்பறையில் ஒரு நாற்காலி
'கட்டக்' என்று எத்தித் தள்ளப்படுகிறது
அந்தரத்தில் துடிக்கும் முழங்கால்களை
ஒரு கணம் திரும்பிப் பார்த்துக்கொண்டே
அரங்கத்தின் உட்புறமாய்ச் சென்று மறைகிறார்

விடுதிகள் சூழ்ந்த தெரு

1
எல்லா ஊர்
விடுதிகளிலும்
எல்லா ஊர்களும்

2
அவசரத்துக்கு
ஒரு அறை
ஒரு ஆணுறை
பரஸ்பரம்
சாலச்சுகம்

3
அவள் பெயர்
ஒருவள்
அவன் பெயர்
ஒருவன்

4
அவர்களைப்
பார்த்ததும்
ஒன்றும் பேசாமல்
ஆணுறையை
எடுத்து நீட்டுகிறான்
பழக்கப்பட்ட
மருந்துக்கடைக்காரன்

5
குப்பையைக் கிளறுகையில்
அகப்படுகிற கேரிப்பையுடன்
சுற்றிக்கிடக்கும் ஆணுறையைப்
பற்றியிழுக்கையில்
வெடித்துச்சிதறுகிறது
நாய்முகம்.

இரவுக்கு முந்தைய பொழுது

எதிர்பாராமல் மார்புகளுக்கு நடுவே
முகத்தைப் புதைக்கிற
வாய்ப்பை வழங்குகிற
ப்ரியமானவளின்
கழுத்தில் பூக்கும் வாசம்
வேறொரு கனவில்
மணக்கிறது
இரவின் மின்மினியாய்

நிரந்தரமற்ற தினக்கூலி மீடியாக்காரன்
ஒளிவெள்ளத்தில்
பத்து சூப்பர் உச்ச பாடல்களை
தொகுத்து வழங்குகிற எபிஸோடின்
வரவேற்பு வாக்கியங்களை
உளறிவிடக் கூடாதென்ற
எத்தனத்துடன்
மனனம் செய்வதை
ஆன் செய்யப்படாத
ஹாலோஜன் விளக்கின் மீது நின்றபடி
உற்றுப்பார்த்துக் கொண்டிருக்கிறது
ஒரு மரப்பல்லி

குழந்தையின் மொழி புரியாதவன்
திரும்பத் திரும்ப
அகரத்திலிருந்து துவங்குகிறான்
தோல்விக்குப்
பின்பான வன்முறையை

இறுதிச்சடங்கில் கலந்துகொண்டு
வீடு திரும்பும் வழியில்
வழக்கமான கடையில் பால் தீர்ந்துபோக
திட்டுவாளேயென சலித்தபடி
மற்றுமொரு கடையைத் தேடி
வண்டியைத் திருப்புகிற கணத்தில்
பின்சீட்டில் அமர்ந்துகொள்கிறான்
நாளற்ற நாளில் மரித்தவன்

காண்டம் விளம்பர மாடல்களின்
காமம் உருகும் கண்களாய்
கசிந்துகொண்டிருக்கிறது
அந்தி.

ஒரே ஒரு போனஸ்

ஆங்காங்கே நிறமிழந்த சட்டையும்
இரண்டொருமுறை தைக்கப்பட்ட செருப்புக்களும்
தினமும் 80 கிலோமீட்டர்
அவனோடே பயணிக்கிற ஷோல்டர்பையும்
அணிந்திருப்பவன்
அழைப்பொலி வருகையிலெல்லாம்
சைனாவா என்று கேட்கப்படுவது
தாங்கவொண்ணாததாயிருக்கிறது.
எனச்சொல்லியவாறே
1714ஆவது முறையாக
சாம்சங் டச்ஸ்க்ரீன் ஃபோன் ஒன்றின்
அன்றைய விலையை
விசாரித்து விட்டு
ஒரே ஒரு போனஸூக்குள்
அப்படியான ஒரு செல்ஃபோனையும்
உடன்வாழ்பவளுக்குக்
கர்ப்பப்பை நீக்க அறுவைசிகிச்சையையும்
ஒருங்கே
சாத்தியப்படுத்திவிடமுடியுமா
என்று கணக்குப்போட்டபடி
வந்து போகிற யார்க்கும்
ஒரு புன்னகையைக் கூட
அதிகரித்துத் தராத
நகரத்தின் டவுன் ஹால் சாலையில்
பின்னிய கால்களோடு
போய்க்கொண்டிருக்கிறான்.

சர்ப்பங்களின் மேன்ஷன்

ஆதாம்களின் தெருவின் அடையாளம்
அங்கே நெடிதுயர்ந்து நிற்கும்
சர்ப்பங்களின் மேன்ஷன்தான்.
அத்தனை எளிதாய்
அறை கிடைத்துவிடாது.
ஊரறிந்த ஒரு சர்ப்பமாவது
பரிந்துரைக்க வேண்டும்
ந்யூ அட்மிஷன்களுக்கு
ஆறாவது தளத்தில்தான்
அறை கிடைக்கக் கூடும்.
காலவிஸ்வாசங்கழிகையில்
முதல் தளத்திற்கு முன்னேறவியலும்.
மேலாளருடன் சினேகம் பாவித்தால்
எடுத்த எடுப்பில் முதல் தளம் புகலாம்.
பெண் சர்ப்பங்களை அழைத்துவர
கொல்லைப்புறப் படிக்கட்டுகளை மட்டுமே
பயன்படுத்த வேண்டும்
ந்யூஸ் பேப்பரில் சுற்றப்பட்ட
பியர் வைன் இத்யாதிகள்
புரிதலின் அளவுக்கேற்றப்படி கிடைக்கும்
பக்திப் படங்களை இறக்குமதி செய்து கொள்வது
அவரவர் விருப்பம்.
சர்ப்பங்களின் மேன்ஷனில்
அறைகள் கிடைக்கப் பெறுவது கொடுப்பினை.
ஆதாமிற்கும் ஏவாளுக்கும்
கண்களைத் திறந்துவிட்ட
அறிவுஜீவி சர்ப்பத்தின் புகைப்படம்
அத்தனை விடுதிகளையும் அலங்கரித்து கொண்டிருக்கிறது
எத்தனை நிர்வாணத்தைத் தாங்கும் இவ்வுலகம்
என்பதை அறிந்த ஒற்றைச்சர்ப்பம்
அது மாத்திரம் தான்.

தீற்றல்

அந்தக் குழந்தைக்கு
முத்தமிடத் தெரியவில்லை.
நீட்டிய கன்னங்களில்
வெறுமனே தன்
வாயைத் தீற்றுகிறது.
இவ்வுலகின்
கச்சித முத்தங்களுக்கான
பேரேட்டில் அந்தத் தீற்றல்
இடம்பெறுமாவெனத் தெரியாது.
என்றபோதும்
கொடுக்கத் தெரியாத முத்தம்
கால்தடம் பாவாத பெருவனம்
போல அது
சாலச்சுகம்.

ரகசியத்தின் சொற்கள்

ஒரு ரகசியத்தின் சொற்களென
இருளை உமிழ்கிறது நகரம்.
அலைதலுக்குத் தப்பிய பறவை
உபவாச காலத்தின் பல்லவியை
இசைதாண்டி நீட்டிக்கிறது.
விதான மணியை அடிக்கப் பணிக்கப்பட்டவன்
ஒரு எக்ஸ் குறி போலப் படுத்திருக்கிறான்.
காப்பாற்ற முடியாத சொல்லின் நுனியில்
கழுத்தை அறுத்துக் கொண்டவனின்
பிரேதத்தைக் கைப்பற்றிய அதிகாரி
அவனது கடிதத்தை வாசிக்கிறார்.
சூல்வயிற்றுச் சூட்டைக்
குட்டிகளுக்குப் பிரவகித்தபடி
கண்களை மூடித் திறக்கிறாள் ப்ரௌனி.
ஸ்கேன் ரிபோர்டின் சிக்கன வாக்கியங்களை
செல்பேசியில் திக்கிப் படிக்கிறார் வியாதியஸ்தர்.
மாறுவேடப் போட்டிக்காக ஒட்டிய மீசையை
வழியில் தவற விட்டதற்காக
அழுதுகொண்டிருக்கும்
மினியேச்சர் பாரதியாரை
இன்னும் திட்டியபடி
மீசை வாங்கக் கடைதேடுகிறான்
டூவீலர் தந்தைகாரன்.
ஒவ்வொரு வேட்டைக்கும் ஓராயிரம் தந்திரம்.

பிக்ஷாந்தேஹி

தானொரு யாசகபாத்திரம்
என்றறிகிற நாளில்
பாகனைக் கீழ்தள்ளிக்
கொன்று போனதாம் யானை.

கவிதைகளைத் திருடுபவன்

அவன் பெயர் சாமான்யன்.
எல்லோரைப் போலவும் இருப்பதினாலேயே
அவன் அவர்களுள் ஒருவன் அல்லன்.
அது தெரிந்த தினத்திலிருந்து
அவன் கவிதைகளை எழுதத் தொடங்கினான்,
கவிதை எழுதுபவர்களை அதுவரைக்கும்
அவன் பெரிதாக வியந்து வந்திருந்தான்.

ஒரு சித்திரத்தைத் தீட்டுவது போலவோ
ஒரு சிற்பத்தை வடிப்பது போலவோ
ஒரு பரீட்சையை எழுதுவது போலவோ
ஒரு கொலையைத் திட்டமிடுவது போலவோ
ஒரு புணர்ச்சியிலிருந்து வெளிவருவது போலவோ
ஒரு சிசுவை முதல்முறை ஏந்துவது போலவோ
ஒரு புண்ணியத்தைப் பெற்றுவிடுவது போலவோ
ஒரு கோரிக்கையை நிறைவேற்றுவது போலவோ
ஒரு மரணத்தை எதிர்கொள்வது போலவோ
ஒரு காதலைக் கைவிடுவது போலவோ
ஒரு பதவியைத் தவறவிடுவது போலவோ
ஒரு துரோகத்தைக் கண்ணுறுவது போலவோ
ஒரு போரைத் துவங்குவது போலவோ
ஒரு புகைப்படத்தை பதிவுசெய்வது போலவோ
ஒரு கவிதையை எழுதிவிட முடியாது

ஆனாலும்
கவிதைகளை எழுதிவிட்ட பிற்பாடு
சடலத்தின் முன்வலி போல் உணர்ந்து கொண்டான்.
கவிதைகளுக்குக் கீழே கையெழுத்திடுவதற்காகத்
தனக்கொரு மறுபெயரைச் சூட்டிக்கொண்டான்.
அந்தப் பெயரால் தான் அழைக்கப்படுவதற்காகவேனும்
அவ்வப்போது கவிதைகளை எழுதத்
தன்னை நிர்ப்பந்தித்துக் கொண்டான்.
சில கவிதைகளுக்குப் பிற்பாடு அவனால்
கவிதை எதையும் எழுத முடியாது போனது.
என்ன செய்தாவது இன்னொரு முதற்கவிதையை
எழுதிவிட முயன்றவன்
இதற்கு மேல் எதையும் எழுத முடியாது
என்றறிந்த போது
கவிதைகளைத் திருட முடிவுசெய்தான்.
அந்த தினத்தைச் சிவப்புக் குறி கொண்டு
குறித்து வைத்தான்.

அன்றிலிருந்து அவனுக்குக்
கவிதைத் திருடன் என்றொரு பெயரும் ஆனது.
திருட்டின் பிற்பாடுகளில் பிடிபடாதிருக்கப்
பல செயல்முறைகளை வகுத்துக் கொண்டான்.
எந்தச் சொல்லையும்
அப்படியே பயன்படுத்தாமல் இருப்பது முதல் சூத்திரம்.
சொற்சேர்க்கைகளைக்
கலைத்தும் மாற்றியும் போட்டுக் குழப்புவது உத்தமம்.
புதிய நேற்றைய கவிதையின் வரி
ஒன்றுக்கு அப்பால் ஆகப்பழைய
இன்னொரு கவிதையின் வரி வருவது சூட்சுமம்.
மொழிபெயர்க்கப் பட்ட கவிதைகளிலிருந்து
ஒன்றிரண்டு வரிகளை உருவிப்
புதிதாக்குவது சௌக்கியம்.,
எல்லாமான பிற்பாடு கவிதைக்கு
ஒரு புத்தம் பெயரை வைப்பது ஆகமம்.

களவு செய்த கவிதைகளின்
எல்லா வரிகளுக்கும்
இப்போது அவன் பயந்துகொண்டிருக்கிறான்.
எந்த வரி எங்கே வந்து தன் முன்
நிற்குமோவென்று அச்சப்படுகிறான்.
கனவிருளில் இல்லாவாகனபம் பிறழ்ந்து

நரகக்குழிகளில் வீழ்த்தப்படுகையிலெல்லாம்
தன் கவிதையின்
சொற்களைக் கேவிக் கூச்சலிடுகிறான்.

அந்தக் குரல் ஏன் ஒருவருக்கும் கேட்பதாயில்லை என்று
அங்கேயே வியந்துகொள்கிறான்.
அந்தக் கவிதைகளின் கீழே இன்னமும் அவன்
அதே தன் பழைய புனைப்பெயரைக்
கையொப்பமிடுகிறான்.
அந்தப் பெயர் கனவுகளைத் திடுக்கிடச் செய்யும்
ஒரு சொல்லாகிறது.

அந்தச் சொல் எதுவாயிருக்கும் என்று
நிகழ்கணங்களெல்லாவற்றிலும் தேடிப்பார்க்கிறான்.
இருக்க வேண்டிய இடங்களிலெல்லாம்
அந்தச் சொல் திருடுபோயிருக்கிறது.
கோடிட்ட இடங்களைப்
பூர்த்தி செய்வது எங்கனம் என்று
வெறித்துப் பார்த்துக் கொண்டிருக்கிறான்.

தீண்டல்

பிணத்தின் முன் உதிரும் சொற்களெனத்
தூறுகிறது வானம்.
அடக்கி வாசிக்கும் தப்பட்டைக்காரனாய்ப்
பின் தங்குகிறது வெயில்.
ஒதுங்கக் கிடைத்த இடத்தில்
நின்றவாறே உடல்குலுக்குகிறது
அடர்சிவப்பு நாய்
பாதசாரிகளின் மேல்
சிதறுவதற்காகச் சேகரமாகியிருக்கிற
நீர்ப்பரப்பு காத்திருக்கிறது
சக்கரத் தீண்டலுக்கென.
ஒரு தேநீர் குடித்தால் தேவலாம்
என்னும் வாக்கியத்தோடு
முடிந்துகொண்டிருக்கிறது
இன்னொரு மழை.
சாலச்சுகம்.

நதி

வாயில் திணிக்கப்பட்ட
வெற்று நிப்பிளைச் சப்புவதை
எப்போதோ நிறுத்தித்
தூங்குகிற குழந்தையின் கனவில்
பாட்டில் பாட்டிலாய்ப்
பெருக்கெடுக்கிறது முலை

அப்பம்

இன்னும் சில மணிகள்
இருந்தாக வேண்டிய
துஷ்டி வீட்டினுள்
அழையாது நுழைந்த நாயென
வயிற்றைக் கிள்ளும் பசி.
தோன்ற வந்த பாத்திரமென
முகமெலாம் வழிகிற துக்கம்.
எப்போ எடுக்கிறது
என்றென்னைக் கேட்டவாறே
பேண்ட் பாக்கெட்டிலிருந்து
இரு பிஸ்கட் துண்டங்களை
வாய்க்குள் திணித்துக் கொள்கிறார்
லோஷூகர்க்காரர்.
எனக்கும்
பிட்டுத் தருவதற்குரிய அப்பங்களுடன்
யாரையாவது அனுப்பியிருக்கிறீரா
என் தேவனே

ததாஸ்து

அந்த லாட்ஜில்
ரொம்பகாலமாய்த்
தங்கியிருக்கும்--
எதற்கெடுத்தாலும்
"அப்படியே ஆகக் கடவதாக"
என
சொல்லிப்பழகிய
சுவர்க்கோழி
பூச்சிய அலகொளிரும்
காரைபெயர்ந்த சுவர்களுடைய
108ஆம் அறையில்
போதையின் ஆழத்தில்
தன்னைச் செருகிக் கொண்டு
வரவழைத்தவளைப்
புணரவியலாமற் போய்
முதுகுபரப்பித் தூங்குகிறவனின்
மேல்
அந்த
மின்
விசிறி
அறுந்து
விழாதா
என்று
மௌனமாய்ப் பார்த்துக்
கொண்டிருக்கிறது.
இன்னும்
கொஞ்ச நேரம்

பொறுத்துக் கிளம்பலாம்
என்று
சுட்டி டீவீ
பார்த்துக் கொண்டிருக்கிறாள்
பெரிய கண்களை
அடிக்கடித்
திறந்து மூடுகிற
அவள்.

தடை செய்யப்பட்ட ஒருவன்

அவனைத் தெருவில் இழுத்து வருகிறார்கள்.
அவன் சட்டை கிழிக்கப்பட்டிருக்கிறது.
உடலில் சிறிதும் பெரிதுமாய்க் காயங்கள்.
அதைவிடவும் சொற்களால்
அவனைத் தொடர்ந்து அர்ச்சிக்கிறார்கள்.
நேரமாக நேரமாக கூட்டத்தின் கோபம் அதிகரிக்கிறது.
அந்த மனிதன் தன் இரு கரங்களை உயர்த்தி
கும்பிட்டவாறே நிற்கிறான்.
இனிமேல் இப்படிச் செய்வாயா என்று
பலகுரல்கள் கத்துகின்றன.
அவன் தலையை மட்டும் அசைத்தவாறே
இல்லை இல்லை என்கிறான்.
எப்படி இப்படிச் செய்தாய் என்று
கூட்டத்தின் ஒரு பகுதி கடும் கோபம் காட்டுகிறது.

அவனை சுற்றி வளைத்துப்
பாதுகாக்கும் நாலைந்து பேர் உரத்த குரலில்
"போதும். அமைதியாயிருங்கள்" என்று
கூட்டத்தைப் பார்த்து எச்சரிக்கிறார்கள்.
அவர்கள் அப்படிச் சொன்னதற்காக
ஏற்படுத்தப் பட்ட கணப்போது அமைதி
வித்யாசமாயிருக்கிறது.

மறுபடி சலசலப்பின் சப்தம் கேட்கத் தொடங்குகிறது.
ஒரு பெரியவர் அந்த மனிதனை நெருங்குகிறார்.
"நீ எங்களில் ஒருவனாய்த் தானே இருந்தாய்..?"
என்று கேட்கிறார்.
அவன் அதற்கு வெட்கத்தோடு தலை கவிழ்கிறான்.
அவன் பேசட்டும் என்று அவர் காத்திருக்கிறார்.

அவன் பலவீனமாய்த் தலையை அசைத்து
'ஆம்' என்கிறான்.
"இனியும் எங்களில் ஒருவனாய்த் தானே
இருக்க உத்தேசம்..?" என்று கேட்கிறார்.
அவன் ஆம் ஆம் என்று பலமுறைகள் தலையசைக்கிறான்
"இவனுக்குத் தண்ணீர் கொடுங்கள்" என்று உத்தரவிடுகிற
தலைவரைப் போன்ற அந்தப் பெரியவர்
தன் கையாலேயே குவளையை வாங்கி நீட்டுகிறார்,.
அவன் அத்தனை வேகமாய்த் தண்ணீரைப் பருகுகிறான்.
"இவனை வீட்டில் கொண்டு போய் விடுங்கள்"
என்கிறார் பெரியவர்.
"அப்படியே ஆகட்டும்" என்று
அமைதிகாட்டுகிறது கூட்டம்

பிற்பாடு தடை செய்யப்பட்ட
பொருளின் விளம்பரத்தில் தலைகாட்டிப்
பொய்பேசிய நடிகன்
தனக்கு வழங்கப்பட்ட
வாகனத்தில் ஏறிப் புறப்படுகிறான்.
கலைகிறது கூட்டம்

விடை

எப்படி இருந்தது என
முணுமுணுத்த போது
அவள் உறங்கியிருந்தாள்.
நெஞ்சிலிட்ட கரத்தை
விலக்க முயல்கையில்
இன்னும் அதிகமாய்ப்
பற்றியுங்கொண்டாள்.
விடை அதுவல்ல எனினும்
ஏதோ போதுமாயிருந்தது

உங்கள் நண்பருடன் என்னால் கரங்குலுக்க இயலாது

1
நானும் அவரும்
ஒரே நிலப்பரப்பில் வசிக்கிறவர்கள்.
ஏற்கனவே சந்தித்துக் கொண்டதில்லை
என்றபோதும் எந்தப் பகையுமில்லை.
மெலிதான புன் சிரிப்புடன் கடந்து சென்றுகொள்கிறோம்
என்றபோதும் எந்த முரணுமில்லை.
ஒருவருக்கொருவர் அறிமுகமானவர்கள் இல்லை
என்றபோதும் ஒருவரை ஒருவர் அறிந்தே வாழ்கிறோம்.
ஒரு வரலாற்றின் நெடிய ஆற்றங்கரையில்
மெல்ல நகர்ந்துகொண்டிருக்கும்
மாபெரிய க்யூ வரிசையில்
முன்னும் பின்னுமாய் இடம்பெற்றிருப்பவர்கள் தாம்.
என்றபோதும்
நானும் அவரும் இதுவரை
ஒரு சொல்லைக் கூட வழங்கிப் பெற்றுக் கொண்டதில்லை.

2.
மன்னிக்கவேண்டும்,
எங்கள் இருவருக்குமே
நீங்கள் அற்புதமான பொது நண்பர்.
யாதொரு தீய எண்ணமுமின்றிப்
பெருகும் வாஞ்சையுடனும்
ததும்பும் பேரன்புடனும்
இருவருக்குமான அறிமுகத்தை
நிகழ்த்தப் பார்க்கிறீர்கள்.
உங்கள் குரலைக் கேளாதவன் போல்
கடந்து செல்கிறேன் நான்.

3.
உங்கள் நண்பருடன் என்னால் கரங்குலுக்க இயலாது.
நீங்கள் அழைப்பதைக்
காதில் வாங்காதது போலக்
கடந்து போகிற என்னை மன்னியுங்கள்.
இந்தக் காரணத்தை
அடுத்த சந்திப்பில் உங்களிடம் சொல்ல முடியும் என்னால்.

4
மிகச்சரியாக மூன்று இரவுகளுக்கு
முந்தைய சாயந்திரத்தில்
ஒரு முகப்புத்தக நிலைத்தகவலின் கீழ்
பதியப்பட்டிருந்த
முப்பத்தியாறாவது பின் ஊட்டத்திற்குத்
தனது விருப்பக் குறியை
இட்டிருக்கிறார்
உங்கள் நண்பர்.

5
அந்தப் பின் ஊட்டத்தை இட்டவர்
என் நிலைப்பாட்டுக்கு எதிரானவர்.
அவருக்கும் எனக்குமான பகை
எங்கும் வியாபித்திருக்கிறது..
அவருக்கு விருப்பக் குறி இடுபவரை
என்னால் ஏற்றுக்கொள்ள முடியாது.

6
ஆகவே
என்னை மன்னியுங்கள்
உங்கள் நண்பருடன்
என்னால்
கரங்குலுக்க இயலாது.

நீர்மரம்

சிறுவயதுக் கதையொன்றில்
நீர்மரம் ஒன்று இருப்பதாக
முதன்முறை அறிய நேர்ந்தது.
பின்னதான
பதின்பருவக் கனவுகளில்
பிறழ்வருகையை
நேர்த்திக்கொண்டிருந்தது.
அதன்பின் கனவுகளில்
நீர்மரத்தின் வரத்தேயில்லை
மெதுமெதுவாய்
நீர்மரத்தின் ஆக்ருதிகளை
இழந்த பிற்பாடு
சொல்லறு மௌனங்களில்
வாயில் துணி பொத்திக்
கேவியழுகிறாற்போல்
கனவு வரலாயிற்று.
நீர்மரத்தின் இழத்தல் குறித்த
கவலையின் போதெல்லாம்
காரணமற்ற அழுகை குறித்ததாய் மாறிற்று.
அதனைத் திரும்ப அடைவதற்கான பயணத்தை
கனவொன்றில் துவங்குகையில்
அது நெடிய பயணமாயிற்று.
புரவியின் காலடியோசைக்குப் பதிலாய்
அழுகையொலி மட்டுமே கேட்டது.
காதுகளிரண்டையும் வெட்டி
சாலையோரத்து எல்லைக்கடவுளுக்குச்

சாங்கியம் செய்தபிற்பாடு
கனவுகள் சப்தமின்றி வாயசைக்கலாயின.
கைவிடப்பட்ட பெருங்கதையின்
ஏதோரு பாத்திரமாவது
அறிந்துவைத்திருக்கக் கூடும்
கனவில் திரியும் புரவியின் கண்களில்
நீர்மரத்தைத் தேடியவாறே
கேவியமுபவனின் முழுக்கதை.

கொல்லப்பட்டவர்களின் கடவுள்

ஒருவன் கொல்லப்பட்ட மறுகணம்
காட்சி தருகிறார் கடவுள்
அவருடைய உதவியாளர்
கொல்லப்பட்டவர்களுக்கான உலகின் கடவுச்சீட்டை
அவனுக்கு வழங்குகிறார்

மாய உலகின்
நெடிய பனிச்சாலையின் இருபுறங்களிலும்
வரிசையாக அமைக்கப் பட்ட 'க்யோஸ்க்'களிலிருந்து
அழகழகான புன்னகைகள் ஈர்க்க
நடந்து செல்கின்றான்
கொல்லப்பட்டவர்களுக்காகவே அமைக்கப்பட்ட சாலையில்

கடக்கவே இயலாத பேரழகியின்
'க்யோஸ்க்' நோக்கி நடக்கத் தொடங்குகிறான்
அந்தப் பேரழகி
ஒரு வங்கியதிகாரியென அறியாமல்.
கொல்லப்பட்டவனின் மீதப்பட்ட ஆயுளைத்
தங்கள் வங்கியில் முதலீடு செய்யுமாறு
கனிவான குரலில்
பலன்கள் குறித்து விளக்குகிறாள்

அன்றைய தினம் முதலீடு செய்பவர்களுக்கு
பரிசாக தங்கக்காசு வழங்கப்படுமெனவும்
மேலும் அதிர்ஷ்டமிருந்தால்
மூன்று தினங்கள் சுற்றுலா செல்ல வாய்ப்பும்
கிடைக்குமென புன்னகைக்கிறாள்

தங்கக் காசோடு
தன் பயணத்தை தொடரும் கொல்லப்பட்டவன்
திரும்பிப் பார்க்கையில்
கடவுளோடு இருக்கும் வங்கியதிகாரி
கடவுளின் கையில் எதையோ வைத்து அழுத்துகிறாள்

"நாலு பர்ஸண்ட் கமிஷன், கடவுளுக்கானது"
என முனகியபடி
கடவுளின் உதவியாளர்கள் செல்வதை
பார்க்கின்றான் கொல்லப்பட்டவன்.
அவன் கையில் இருந்தத் தங்கக் காசு
நிறமிழக்கத் தொடங்குகிறது.

ஞாபகம்

நாள்முழுக்க எங்கேயாவது
திரிந்தலையும்
தூக்கப்போழ்து
கண் மூடுகையில்
மார் மீது வந்தணையும்
ஞாபகம் ஒரு பூனை.

ஏதோ ஒரு நகரம்

எப்போதோ முடிவுற்ற மழை
இலை நுனியில் நின்றுகொண்டிருப்பதைப் போல்
அன்னிய தேசத்தில் கொல்லப்பட்டவனின்
பிரேதத்தைப் பெற்றுத் தரச்சொல்லி
ஒரு அலுவலகத்திலிருந்து
இன்னொரு அலுவலகத்திற்கு செல்வதற்காய்
இறங்கி நடக்கிறவர்களின் ஞாபகங்களில்
எஞ்சுகிறது வாதை

தேவாலயத்துக்கு
வழியறியாத பார்வையற்றவனை
அலைக்கழிக்கும் மணிச்சப்தம் போல்
ஒவ்வொரு மாதமும்
நாட்கள் தப்பி வரும் விடாய் குறித்துப்
பகிர்வதற்கு யாருமின்றித்
தன்னுள் குவிந்து
வலியை முகத்தில் தேக்குகிற இளவரசிக்கு
இன்றைக்குப் பெரிய மனசுள்ள யாரேனும்
பேருந்தின் சன்னலோரத்து இருக்கையை
விட்டுத் தந்தால் பேருபகாரம்.

சமீபத்தில் காலமான யாரையாவது
நலம் விசாரித்துவிட்டு மன்னிப்புக் கோருகிறவர்களை
மாத்திரமாவது சந்திப்பினின்றும்
அகற்றித் தருமாறு பிரார்த்திக்கிறார்கள்
அன்புக்குரியவர்கள்.

கருவைக் கலைப்பதற்காக
வேற்றூரின் மருத்துவமனையில்
பொய்ப்பெயர் தந்தவள்
தான் அழைக்கப்படுவதறியாமல்
டீவீ பார்த்துக் கொண்டிருக்கிறாள்
"உன்னைத் தான்...போ !" என்கிறான்
கூட வந்தவன்

திராட்சையை எதிர்பாராதவனுக்கு
ஒயினை அணிவிக்கிறது காலம்.
வெட்டுப்பட்ட பல்லியின்
வாலைப் போல்
துடி துடித்து அடங்குகிறது
செல்பேசி

வட்டி கட்டுகிற தினத்தில் துவங்கி
அதற்கு முன் தினத்தில்
முடிவடைகிறது
ஒவ்வொரு நாளும்.

எல்லா நகரமும்
ஏதோ ஒரு நகரம்

நிறுத்தம்

தன் நிறுத்தம் வந்ததும்
இறங்குவதற்காக எழுபவள்
மடியிலிருந்து
தோளுக்கு இடம்மாற்றுவதற்குள்
கண்விழித்துச் சிணுங்குகிற
மகவின் புறத்தே தட்டியவாறே
சமாதானம் செய்தபடி
இறங்கிச்செல்பவளின்
மேல்முதுகில் பார்க்கக் கிடைத்த
இன்னமும் ஆறிவிடாத நகக்கீறல்
என்னோடே பிடிவாதமாய்ப் பயணிக்கிறது.

இருத்தல்

யார் யாரோ இருந்தார்கள்
எனினும்
ஒருவரும் இல்லை

திற

இறந்த பறவையின்
வெறித்த கண்களில்
முன்பிருந்த வானம்
நிச்சலனம்